ĐỘC TẤU DƯƠNG CẦM
VỚI 60 CA KHÚC
NGOẠI QUỐC LỜI VIỆT

Linh Phương

ĐỘC TẤU DƯƠNG CẦM VỚI 60 CA KHÚC NGOẠI QUỐC LỜI VIỆT

Nhân Ảnh
2019

**ĐỘC TẤU DƯƠNG CẦM
VỚI 60 CA KHÚC
NGOẠI QUỐC LỜI VIỆT**
Biên soạn: **Nhạc Sĩ Linh Phương**
Bìa: **Khánh Trường**
Trình Bày: **Lê Hân**
Kỹ Thuật: **Tạ Quốc Quang**
Nhân Ảnh Xuất Bản **2019**
ISBN:**9781989705667**
Copyright © 2019 by LinhPhuong

LỜI NÓI ĐẦU

Tuyển Tập "Độc Tấu Dương Cầm Với 60 Ca Khúc Ngoại Quốc Lời Việt" này được chọn lọc từ bộ sách "Cung Đàn Muôn Điệu" do Nữ Nhạc Sĩ Dương Cầm Linh Phương biên soạn từ thập niên 70 nhưng mãi đến năm 2013 mới có cơ hội phát hành tại Houston.

Tuyển tập này, cũng như Tuyển Tập Độc Tấu Dương Cầm Với 110 Ca Khúc Trữ Tình Việt Nam, Nhà Xuất Bản Nhân Ảnh chỉ chọn những ca khúc nổi tiếng như Aline, A Time For Us, Besame Mucho, Blue Tango, Charade, Come Back To Sorrento, Domino, Fascination, Feelings, Happy New Year, Hey, Histoire d'un amour, Greenfields, Kiss Of Fire, La chanson d'orphée, La Cumpasita, La Maritza, L'amour c'est pour rien, La Paloma, Love Story, Pretend, Speak Softly Love, Tell Laura I Love Her, The Blue Danube, The End Of The World, The Windmills Of You Mind, Tombe La Neige, Too Young, Waves Of The Danube v.v...

Một số ca khúc trong tuyển tập này đã được nhạc sĩ Linh Phương soạn thành nhiều trình độ khác nhau, các bạn yêu nhạc có thể tập từ dễ đến khó.

Hy vọng tuyển tập này sẽ đem lại nhiều thú vị cho các bạn yêu thích đàn dương cầm.

Nhà Xuất Bản Nhân Ảnh

VÀI HÀNG TIỂU SỬ
Nữ Nhạc Sĩ Linh Phương

TỐT NGHIỆP

- Sư phạm Chuyên khoa Dương cầm, nhạc lý nhạc pháp thực hành tại Đại học Deland, Florida Hoa Kỳ (1990)
- Tốt nghiệp Chuyên khoa bộ môn dương cầm tại Viện Quốc gia Âm nhạc Saigon Việt Nam khóa đầu tiên (1967)

SƯ PHẠM

- Dạy Âm nhạc: Piano và Keyboard, nhạc pháp và nhạc lý tại thành phố Houston Texas (2004-Hiện tại).
- Dạy Âm nhạc: Piano và Keyboard, nhạc pháp và nhạc lý tại trường Trung học Evans Apopka và Lake Mary, Florida (1990-2003)
- Dạy Âm nhạc: Piano, nhạc lý nhạc pháp tại các trường Âm nhạc Bach, Cécilla, Mê Linh tại Saigon, Việt nam (1968-1975)

HOẠT ĐỘNG

- Giám khảo các cuộc thi tuyển lựa ca sĩ tại Houston do Trường Nghệ thuật Sân khấu của Hùng Lân tổ chức (2005); Giải Giọng ca Vàng Thế giới 2008 do Van TV - Giải Tiếng Hát Houston 2011 do SGN 51.3 TV; Giải Tiếng Hát SGN 2012 2013 do 51.3 TV. Giám khảo tuyển lựa các vai đóng trong Kiều Music Tale do Worlwide Stage tổ chức tháng 9 năm 2010; Lược dịch 24 ca khúc từ nguyên bản Anh ngữ sang Việt ngữ, và huấn luyện các diễn viên về thanh nhạc trong vở Ca Nhạc Kịch Kiều Music Tale.
- Viết bài phê bình, biên khảo về nghệ thuật âm nhạc trên các báo: Saigon Nhỏ. Thời Báo, Sóng Thần, Florida Việt Báo, Tân Văn (Văn Bút Đông Nam Hoa Kỳ)
- Sinh hoạt âm nhạc trong Cộng đồng người Việt tại Houston, Texas. Đặc biệt soạn chương trình ca hát và đàn trên Đài Radio Saigon-Houston 900AM qua "Tiếng Hát Trên Làn Sóng" mỗi tháng từ năm 2004 đến nay.
- Nhạc trưởng của các ban nhạc: Tình Thương, Đêm Đô Thị (City By Night), Phượng Hoàng, Đêm Đô Thị tại Orlando, Florida (1985-2003)
- Viết hòa âm và điều khiển các chương trình của các ban nhạc nữ: The Modern Girls, Pussy Cat tại Saigon. Nhạc trưởng Trung tâm Thanh niên Đắc lộ, ban nhạc Michael, Goretie, Vương Cung Thánh Đường Saigon trước năm 1975 tại Saigon.
- Cộng tác các chương trình văn nghệ Gió Khơi, Thùy Dương, Hương xưa trên băng tần số 9 Đài TV Saigon, Việt-nam (1970)

GIẢI THƯỞNG ĐẶC BIỆT

- Đặc biệt, trong năm 2001, nữ Nhạc sĩ Linh Phương đã được International Biographic Center, Viện Đại học Cambridge, England trao tặng Huy chương Danh dự một trong 2000 "Nhạc sĩ Xuất sắc của Thế kỷ XX" do International Biographical Center, viện Đại học Cambridge, England trao ngày 7-9-2001 tại Luân Đôn, Anh quốc.
- Giải thưởng Giáo sư xuất sắc tại Orlando, Florida trong các năm: 1988, 1990, 1992, 1994 và 1995.

CÁC ẤN PHẨM VÀ SÁNG TÁC

- Nhạc Hữu Duyên Thơ Phổ Nhạc trên 120 thi phẩm
- Ca Ngợi Chúa Thánh Ca Ba Dòng dành cho người đệm đàn dương cầm (2012)
- Tình Ca 2 (2009)
- Tuyển tập Tôn Vinh Chúa "Nguồn Yêu Thương" (2008)
- Nhạc Việt soạn Độc Tấu Dương Cầm - Trình độ 1-7 (1987-2008)
- Tình Ca 1 (2002)
- Các sách Giáo Khoa dạy độc tấu dương cầm "Cung Đàn Muôn Điệu 1-10"
- Tuyển Tập dành cho Thiếu Nhi, (1997 - 2013)
- Sách Nhạc Thánh ca Phổ thông soạn cho đàn dương cầm.
- Mây Sóng Thơ Phổ Nhạc (1996)
- Tự Đệm Các Điệu Nhạc Phổ Thông Trên Phím Dương Cầm (1979)
- Cẩm Nang Kỹ Thuật Trên Phím Dương Cầm (1978)
- Độc tấu, đối tấu, tam tấu, và hòa tấu 300 ca khúc Việt và ngoại quốc.
- Hồi ký văn nghệ, các Truyện ngắn, các bài viết về những nhạc sư dương cầm danh tiếng trên thế giới.
- Đã Thực Hiện Trên 33 CD SOLOS PIANO Nhạc Thánh Ca, Nhạc Việt và Nhạc Ngoại Quốc... Hiện tại, Giáo sư Linh Phương đang phục vụ trong lãnh vực âm nhạc tại Vietnamese Lutheran Church, Houston, Texas.

LIÊN LẠC VỚI TÁC GIẢ:

Linh Phương Lê
P.O. BOX 385
Alief, TX 77072
ĐT (832)512-4764
Email: linhphuongpianist@gmail.com
Website: http://linhphuongproduction.com/

Nhạc sĩ Linh Phương

Mục Lục

A Time For Us *(Romeo & Juliet)* – Trình độ 3	14
A Time For Us *(Romeo & Juliet)* – Trình độ 5	17
Adieu Jolie Candy *(Tiễn em nơi phi trường)*	20
Adios Muchachos	24
Aline *(Gọi tên người yêu)*	26
All By Myself *(Phù du)*	30
Are You Lonesome Tonight	34
Beach Rains *(Mưa trên biển vắng)*	36
Besame Mucho *(Yêu nhau đi)*	38
Blue Tango *(Tango xanh)*	41
Broken Heart	44
Charade *(Khúc ca tím)*	47
China Rose *(Cánh hồng Trung Quốc)*	51
Come Back To Sorrento *(Trở về mái nhà xưa)*	55
Comment Ca Va ?	58
Domino *(Hội mùa hoa)*	62
Fascination *(Tình yêu kỳ diệu)*	67
Feelings *(Nỗi sầu)*	69
Five Hundred Miles *(Sân ga tiễn em)*	74
Happy New Year *(Chúc mừng năm mới)*	76
Hey *(Nàng)*	78
Histoire D' Un Amour *(Chuyện tình yêu)*	84

I Don't Know How To Love Him	87
Kiss Of Fire *(Tình yêu như mũi tên)*	91
L'amour C'est Pour Rien *(Tình cho không)*	94
L'eau Vive *(Ngày cưới tuyên hứa)*	97
La Chanson D'orphée *(Dáng tiên nữ)*	99
La Cumpasita	102
La Guitar Ma Qui Chante	106
La Maritza *(Dòng sông tuổi thơ)*	110
La Paloma *(Cánh buồm xa xưa)*	113
Love In The Rain *(Hận tình trong mưa)*	116
Love Story *(Chuyện tình)*	119
Media Luz *(Giai điệu vui tươi)*	121
My Bonnie *(Hè đến)*	123
My Dear Lover *(Người yêu dấu)*	126
Papa *(Người cha yêu)*	128
Pretend *(Vẫn chờ)*	132
Santa Lucia *(Mãi mãi bên nhau)*	134
Serenata *(Chiều tà)*	136
Shanghai Habour Port *(Bến Thượng Hải)*	139
Shinanoyoru *(Tô Châu dạ khúc)*	141
Somewhere, My Love *(từ phim Dr. Zhivago)*	144
Souvenirs d'enfance	148
Speak Softly Love *(Tình thiết tha)*	150
Tell Laura I Love Her - *trình độ 1*	153

Tell Laura I Love Her - *trình độ 2*	156
The Blue Danube *(Dòng sông xanh)*	160
The End Of The World *(Ngày tận thế)*	166
The Exodus Song *(Về đất hứa)*	170
The Greenfields *(Đồng xanh)*	173
The Little Drummer Boy	177
The Wedding *(Ngày tân hôn)*	180
The Windmills Of Your Mind	183
Theme Song Thần Điêu Đại Hiệp - *trình độ 2*	186
Theme Song Thần Điêu Đại Hiệp - *trình độ 4*	188
Those Were The Days	191
Tombe La Neige *(Tuyết rơi)*	194
Too Young *(Tình ngây thơ)*	197
Waves Of The Danube *(Sóng nước biếc)*	199

Chuyện tình Romeo
Juliet P.3

Romeo & Juliet
A Time For Us P.3

ADIEU JOLIE CANDY
TIỄN EM NƠI PHI TRƯỜNG
NHẠC PHÁP - LỜI VIỆT PHẠM DUY

Soạn Piano
Level 2 +
LINH PHƯƠNG

Tiễn Em Nơi Phi Trường
P.2

Tiển Em Nơi Phi Trường
P.3

Độc Tấu Dương Cầm Với 60 Ca Khúc Ngoại Quốc Lời Việt - 22

ADIOS MUCHACHOS

Soạn Piano
Linh Phương

Adios Muchachos
P.2

ALINE
GỌI TÊN NGƯỜI YÊU
Lời Việt : PHẠM DUY

SOẠN CHO PIANO
LINH PHƯƠNG

All By Myself - Phù Du P.2

All By Myself P.3
Phù Du

Are You Lonesome Tonight
Em Có Thương Không P.2

Beach Rains P.2
Mưa Trên Biển Vắng

Besame Mucho
P.2

BLUE TANGO
TANGO XANH
By MICHELL PARISH - LEROY ANCDERSON

Soạn Piano
Level 3
LINH PHƯƠNG

Blue Tango
Tango Xanh
P.3

BROKEN HEART

Nhạc Ngoại Quốc - Lời Việt: LINH PHƯƠNG

Khúc Ca Tím
P.4

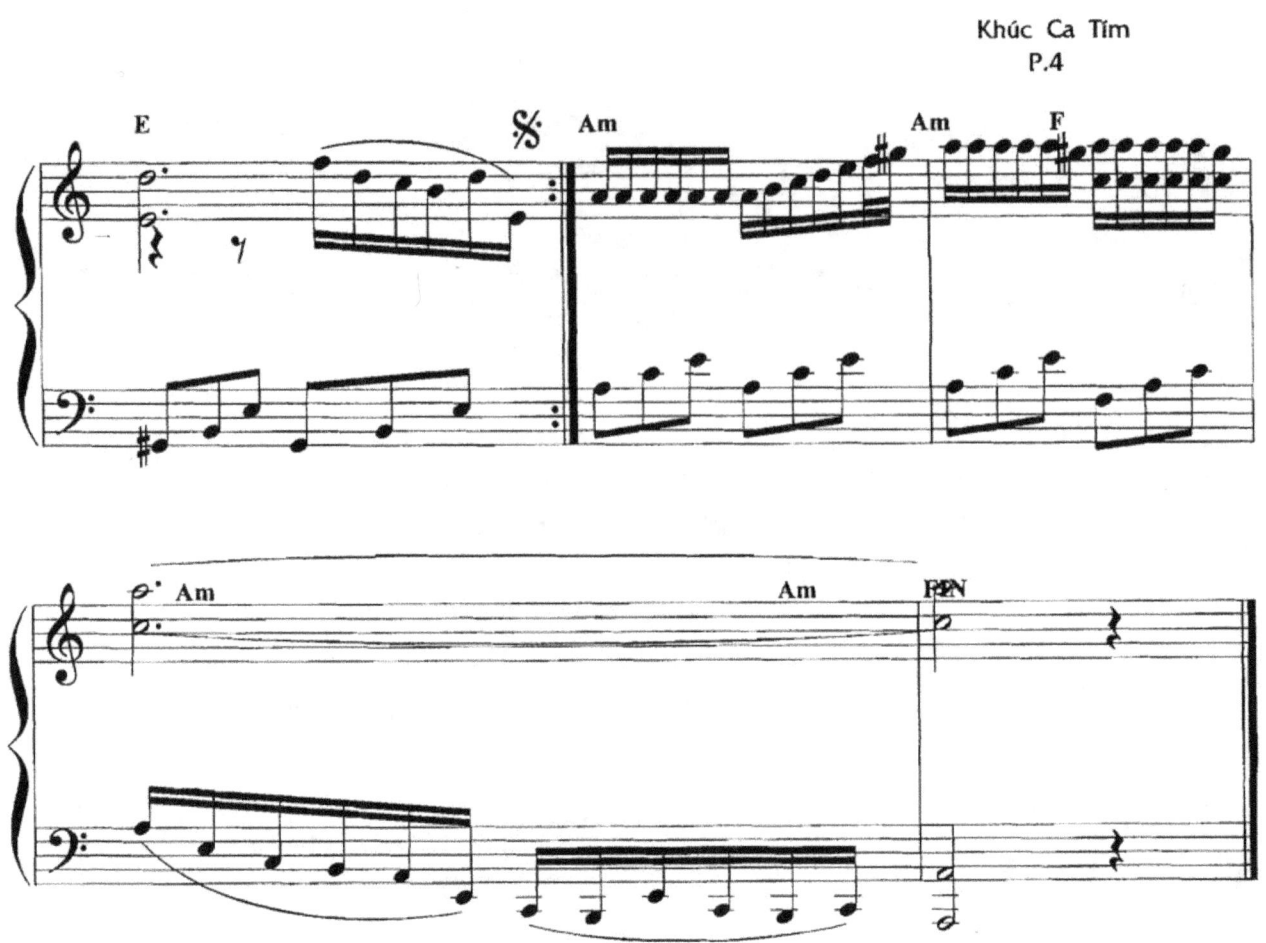

CHINA ROSE Meigui Meigui Wo Ai Ni

Nhạc Phim 'Cánh Hồng Trung Quốc'

SOẠN PIANO
LINH PHƯƠNG

COME BACK TO SORRENTO

Nhạc Ý Ernesto De Curtis (1902) 'Torna A Sorriento'
Lời Việt: Phạm Duy 'Trở Về Mái Nhà Xưa'

Trở Về Mái Nhà Xưa P.3
Come back to Sorrento

Comment cava ?
P. 4

DOMINO
HỘI MÙA HOA

Soạn Piano
Level 2 +
LINH PHƯƠNG

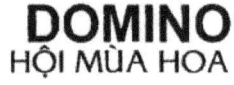

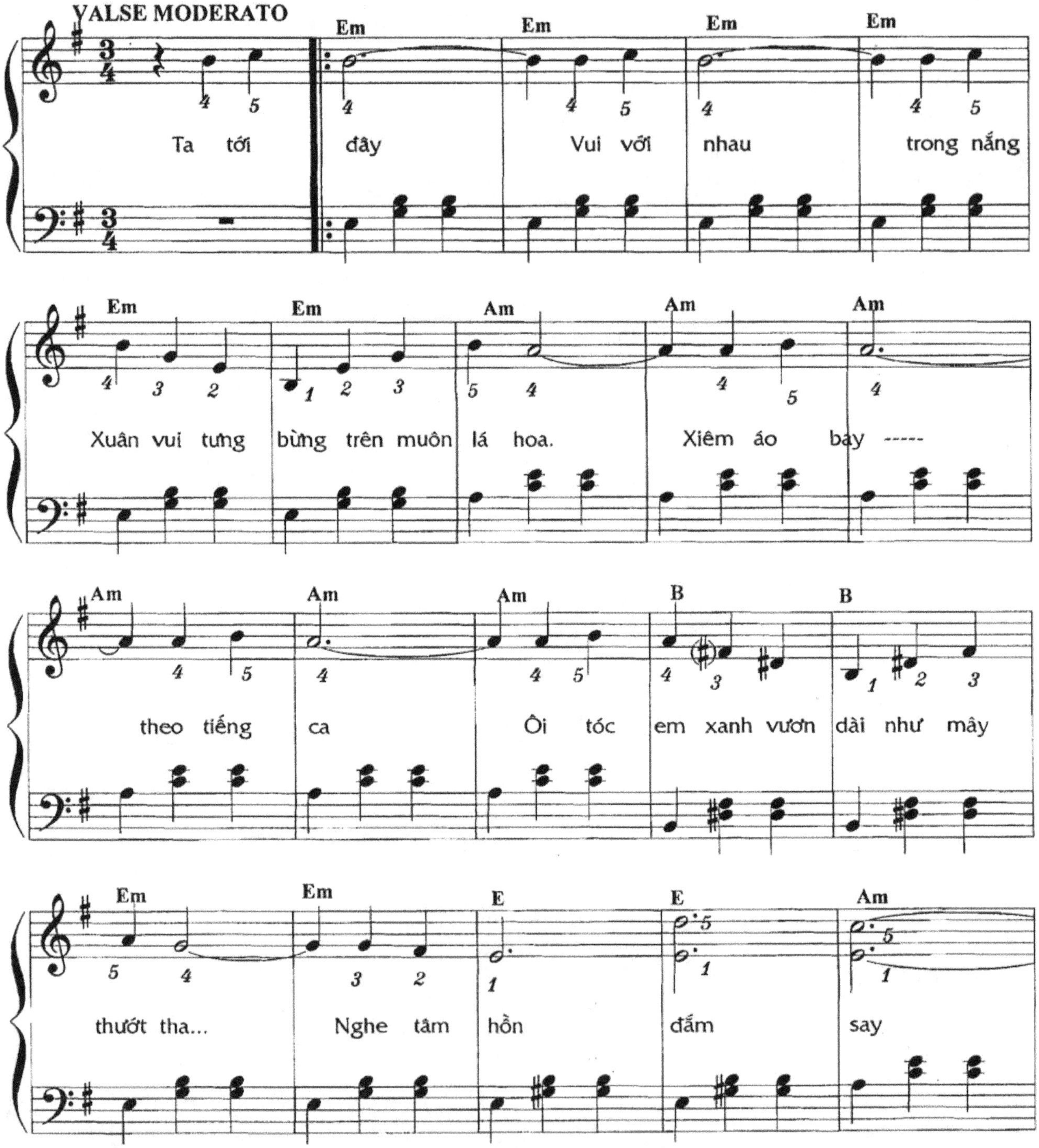

Domino Hội
Mùa Hoa P.2

Domino Hội
Mùa Hoa P.3

Domino Hội
Mùa Hoa 4

Domino Hội
Mùa Hoa P.5

Feelings
P.2

Am add D, no C
D7
Bb
- gain. Feel - lings.
khóc. Tiếc nhớ.
Gm
C7
Am
D7
wo wo wo, feel - ings wo wo wo
Có chăng mình ta thôi. Có chăng nghìn
Gm
C7
Em7
feel you. a - gain in my arms.
đêm thâu. Một mình trong nức nỡ.
A7
Dm
Dm/ C#
Feel - ings Feel - ings like I've
Nhớ gì ? Có nhớ chăng anh

Feeling - Nỗi Sầu
P.4

Feeling- Nỗi Sầu
P.5

Sân Ga Tiễn Em
Five Hundred Miles
P.2

Happy New Year
Mừng Năm Mới
P,2

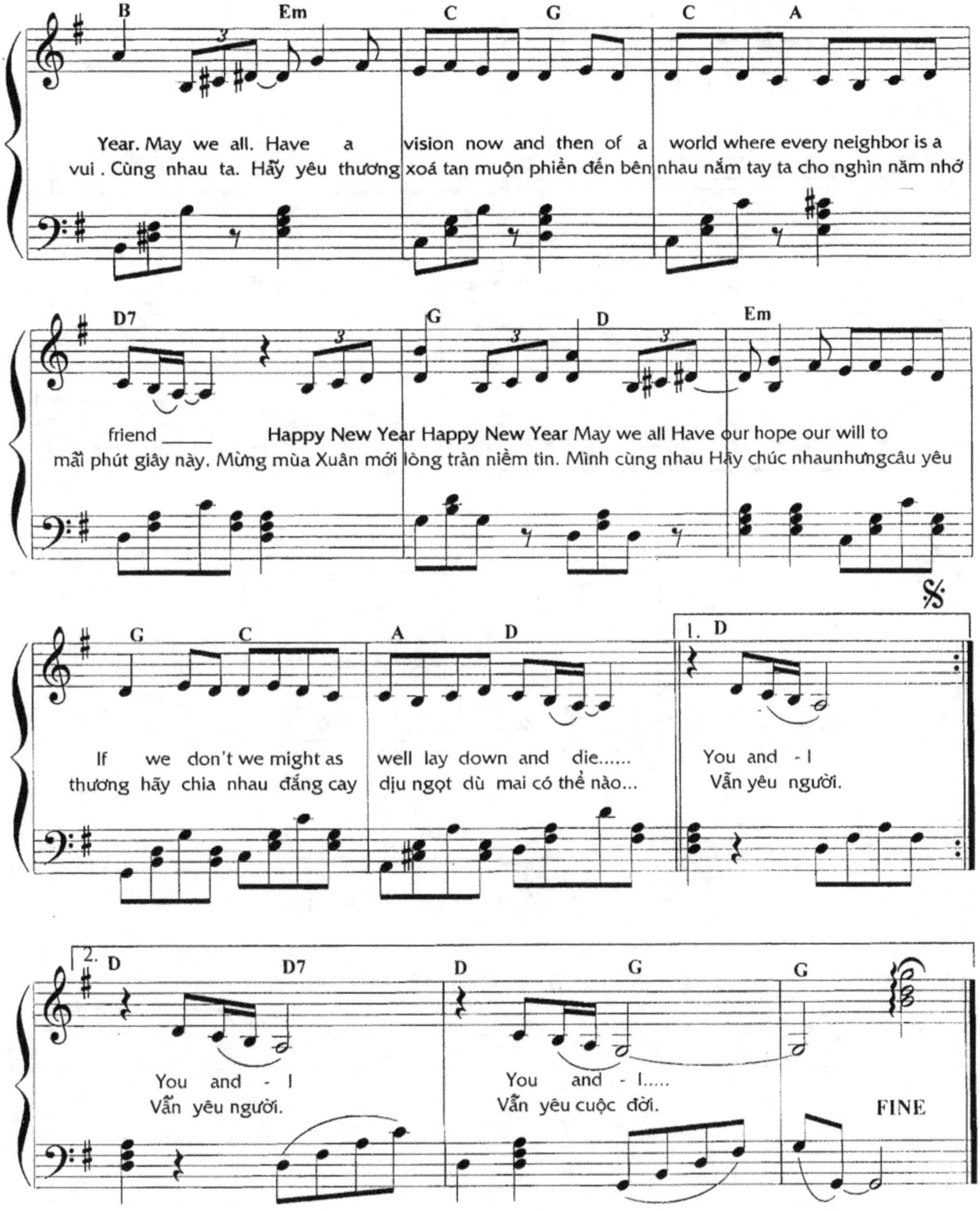

HEY - NÀNG

Soạn Piano
LINH PHƯƠNG

Hey - Nàng P.4

Histoire d'un amour P.2
Chuyện Tình Yêu

Histoire d'un amour P.3
Chuyện Tình Yêu

I Don't Know How
To Love Him P.2
Chuyện Tình Xưa

I Don't Know How
To Love Him P.3
Chuyện Tình Xưa

I Don't Know How To Love Him P.4
Chuyện Tình Xưa

KISS OF FIRE P. 3

L'AMOUR C'EST POUR RIEN

TÌNH CHO KHÔNG : PHẠM DUY.
SOẠN PIANO: LINH PHƯƠNG

L'EAU VIVE

NGÀY CƯỚI TUYÊN HỨA

NHẠC PHÁP - LỜI VIỆT LINH PHƯƠNG

For Piano
LINH PHƯƠNG

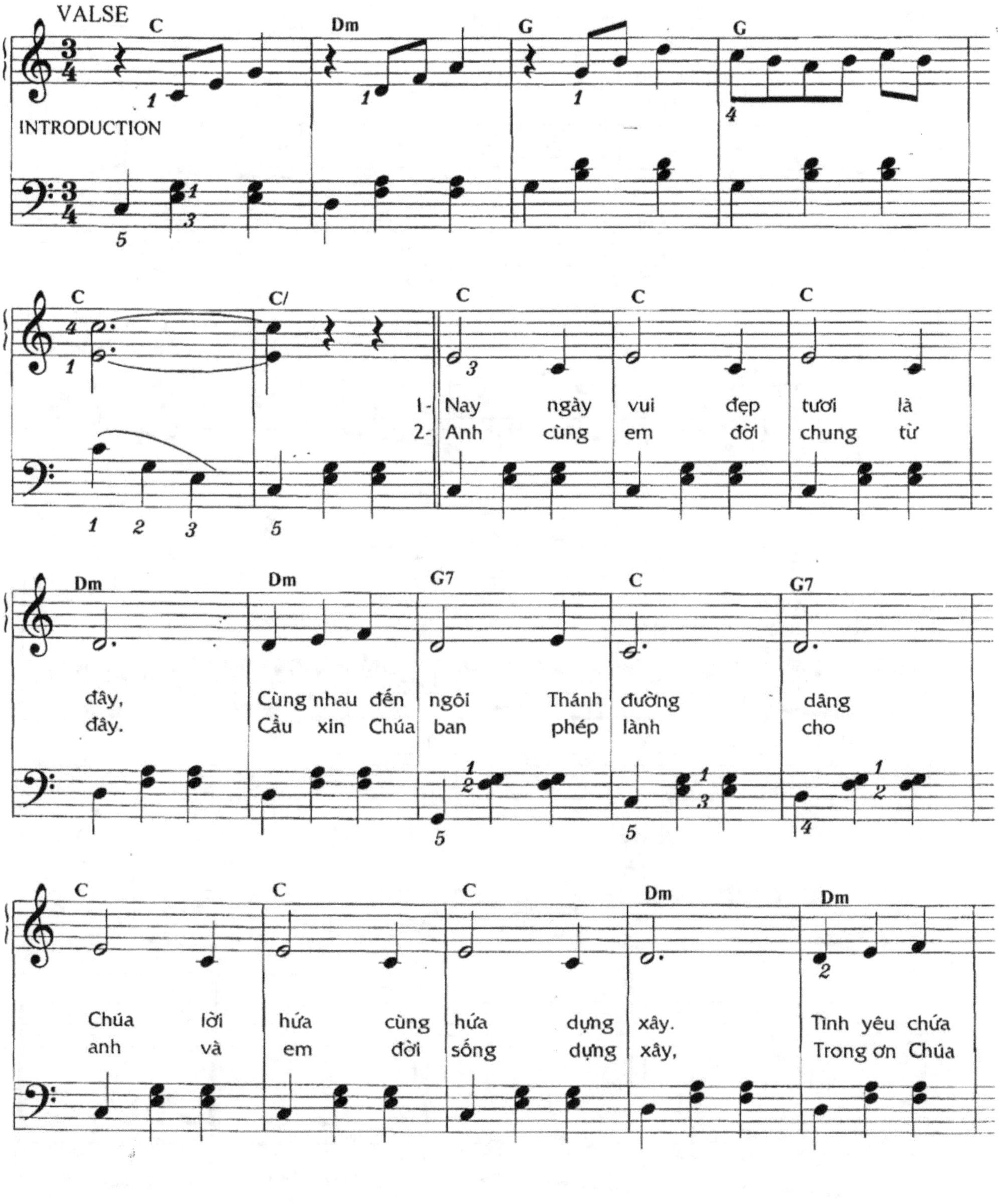

VALSE
C Dm G G
INTRODUCTION
C C/ C C C
1- Nay ngày vui đẹp tươi là
2- Anh cùng em đời chung từ
Dm Dm G7 C G7
đây, Cùng nhau đến ngôi Thánh đường dâng
đây. Cầu xin Chúa ban phép lành cho
C C C Dm Dm
Chúa lời hứa cùng hứa dựng xây. Tình yêu chứa
anh và em đời sống dựng xây, Trong ơn Chúa

Chanson D'orphee
A Day in the Life of a
Fool Dáng Tiên Nử
P.2

LEVEL 4

LA CUMPASITA
LỜI VIỆT : PHẠM DUY

Arranged
LINH PHƯƠNG

La Cumpasita
Vũ Nữ Thân Gầy
P.4

LA GUITAR MA QUI CHANTE
GUITAR DẤU YÊU

Soạn Piano
Level 5
LINH PHƯƠNG

La Guitar Ma Qui Chante
Guitar Yêu Dấu P.2

Ma Guitar Ma Qui Chance
Guitar Dấu Yêu P.3

La Guitar Ma Qui Chante
Guitar Dấu Yêu P.4

La Maritza
P.2

La Maritza
P.3

LA PALOMA
Cánh Buồm Xa Xưa
P.2

LA PALOMA
CÁNH BUỒM XA XƯA
P.3

LOVE STORY
CHUYỆN TÌNH
By Fransis Lai

Soạn Piano Level 4
LINH PHƯƠNG

MEDIA LUZ
GIAI ĐIỆU VUI TƯƠI

Soạn Piano
Level 3 +
LINH PHƯƠNG

Media Luz
P.2

MY BONNIE
Hè đến

Soạn Piano
Level 3
Lời Việt
Linh Phương

My Bonnie
P.3

Người Yêu Dấu
P.2

PRETEND
P. 2

SANTA LUCIA

Mãi Mãi Bên Nhau : Lời LINH PHƯƠNG

SOẠN PIANO LEVEL 2
LINH PHƯƠNG

SERENATA
CHIỀU TÀ
By ENRICO TOSELLI - Lời Việt Phạm Duy

Soạn Piano
Level 3
LINH PHƯƠNG

Chiều Tà Serenade
P.2

SHANGAI HARBOUR PORT
MÁU NHUỘM BÃI THƯỢNG HẢI
THEME SONG CHINESE FILM

Soạn Piano
Level 3
LINH PHƯƠNG

Shangai Harbour Port
Bến Thượng Hải P.2

Shinanoyoru P.2
Tô Châu Dạ Khúc

Shinanoyoru P.3
Tô Châu Dạ Khúc

Doctor Djivago
P.2

Doctor Djivago P. 4

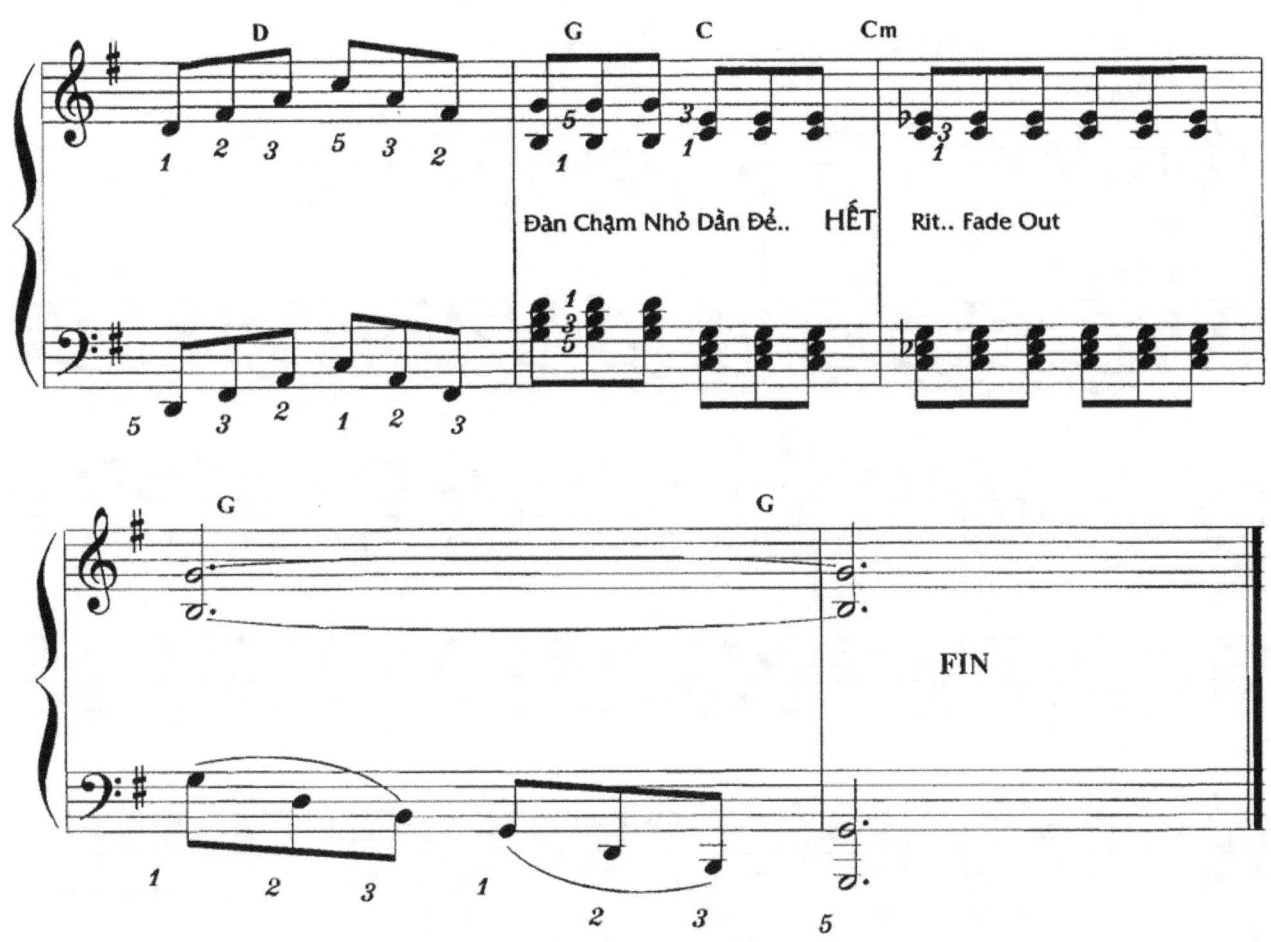

SOUVERNIRS D'ENFANCE

Music by PAUL de SENNEVILLE - OLIVIER TOUSSAINT LINH PHƯƠNG

Soạn cho Piano Level 4

Souvenirs D'enfance
P.2

Speak Softly Love
Tình Thiết Tha P.2

Speak Softly Love
P.3

TELL LAURA I LOVE HER

Trưng Vương Khung Cửa Mùa Thu – Lời Việt: Nam Lộc

DIỄN TẢ TỰ DO
TRƯỚC KHI
VÀO NHỊP
(TEMPO)

TELL LAURA I LOVE HER

TRƯNG VƯƠNG KHUNG CỬA MÙA THU

Lời Việt : NAM LỘC

Solo Piano
Level 2
LINH PHƯƠNG

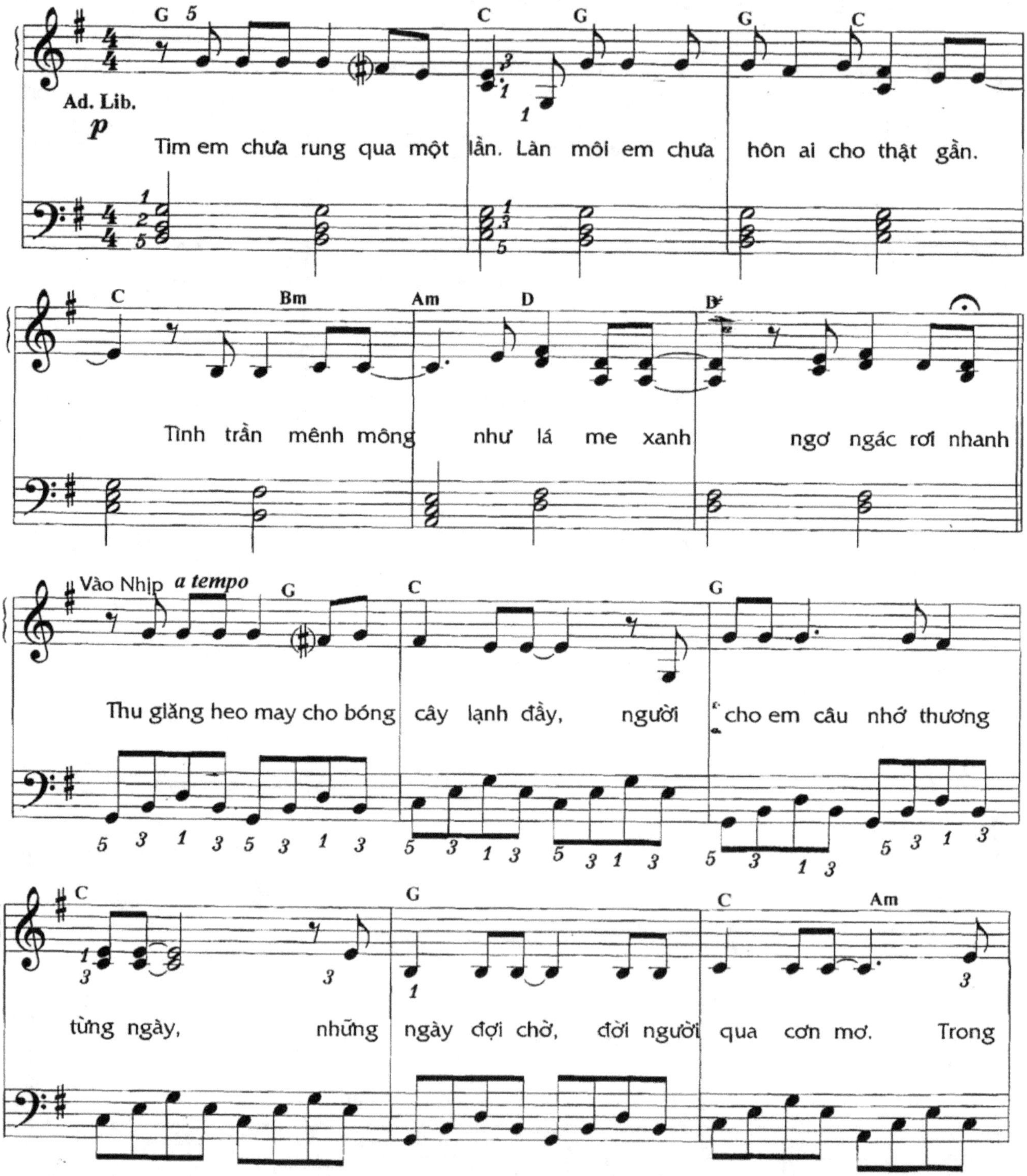
Ad. Lib.
p
G 5 C G G C
Tim em chưa rung qua một lần. Làn môi em chưa hôn ai cho thật gần.
C Bm Am D D7
Tình trần mênh mông như lá me xanh ngơ ngác rơi nhanh
Vào Nhịp a tempo
G C G
Thu giăng heo may cho bóng cây lạnh đầy, người cho em câu nhớ thương
C G C Am
từng ngày, những ngày đợi chờ, đời người qua cơn mơ. Trong

Tell Laura I Love Her Trưng Vương Khung Cửa Mùa Thu P.2

Tell Laura I Love Her Trưng Vương Khung Cửa Mùa Thu
P.3

Tell Laura I love her
Trưng Vương Khung Cửa Mùa Thu P.4.

THE BLUE DANUBE
By Johann Strauss II (1866) Lời Việt: Phạm Duy
Dòng Sông Xanh

Soạn Piano
LINH PHƯƠNG

Dòng Sông Xanh
P.2

Dòng Sông Xanh
P.3

Dòng Sông Xanh
P.4

Dòng Sông Xanh
P.5

Dòng Sông Xanh
P.6

THE END OF THE WORLD
KHI NGÀY TẬN THẾ ĐẾN

Soạn Piano
Level 2 +
LINH PHƯƠNG

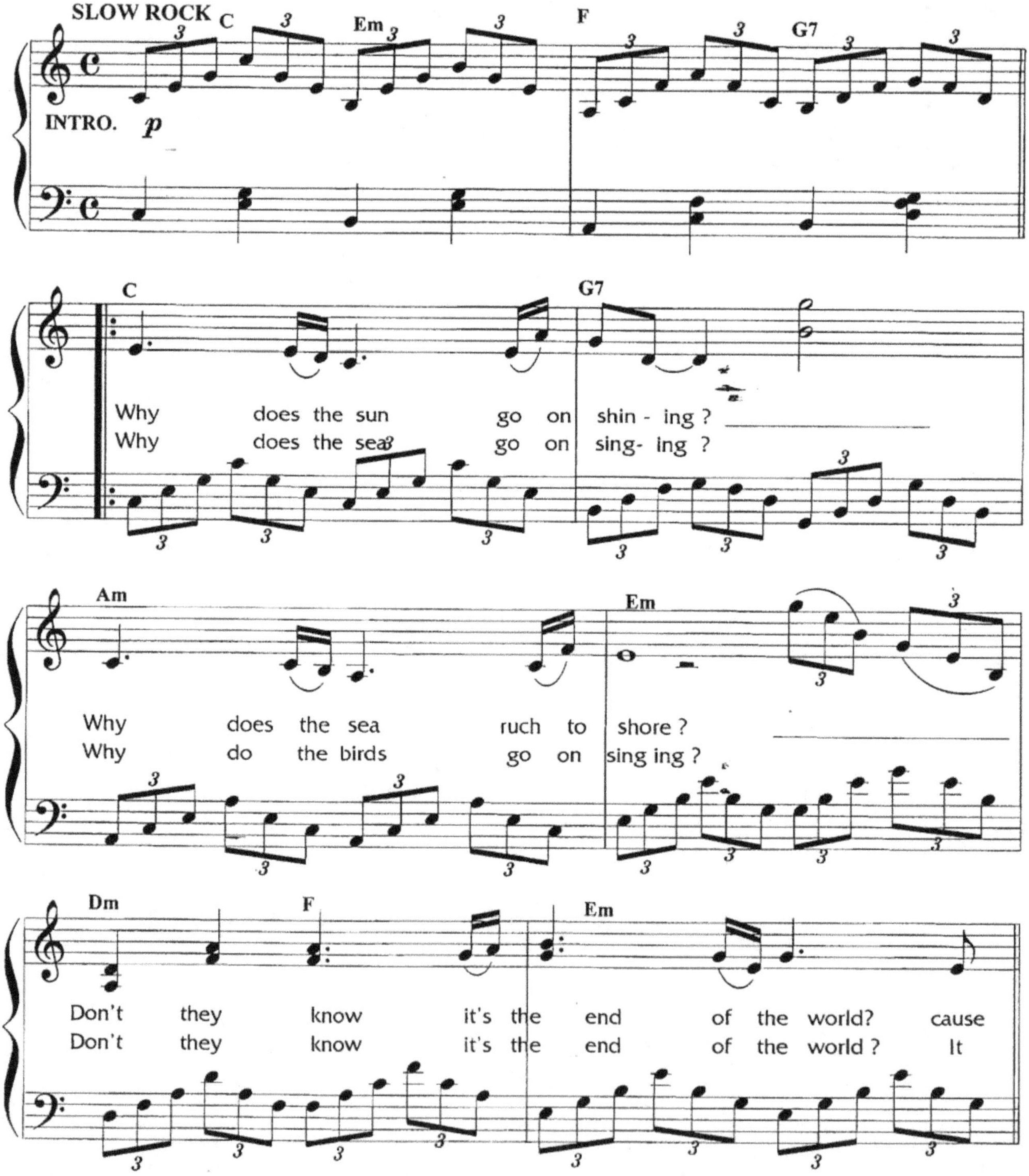

Why does the sun go on shin-ing?
Why does the sea go on sing-ing?

Why does the sea ruch to shore?
Why do the birds go on sing ing?

Don't they know it's the end of the world? cause
Don't they know it's the end of the world? It

The End Of The World
Khi Ngày Tận Thế Đến
P.2

The End Of The World
Khi Ngày Tận Thế Đến
P.3

was. I can't un-der-stand, no I can't under-stand, How life goes on the way it does _____ Why does my heart go on beat-ting? _____ Why do these eyes of mine

The End Of The World
Khi Ngày Tận thế Đến
P.4

THE EXODUS SONG
VỀ ĐẤT HỨA
MUSIC BY ERNEST GOLD - LYRIC BY PAT BOONE

SOẠN PIANO
LEVEL 4
LINH PHƯƠNG

The Green Fields
Đồng Xanh P.2

The Green Fields
Đồng Xanh P.3

THE LITTLE DRUMMER BOY
WORDS AND MUSIC BY KATHERINE DAVIS- HENRY ONORATI

The Little Drummer Boy -
Chúa Bé Gõ Trống P.2

THE WEDDING SONG
P.2

THE WEDDING SONG
P.3

THE WINDMILLS OF YOUR MIND
BY ALAN- MARILYN BERGMAN - MICHEL LEGRAND

Soạn Piano
Level 3
LINH PHƯƠNG

The windmills of Your Mind P,2

Gọi Tình Thần Điêu Đại Hiệp
P.2

Gọi Tình - Thần Điêu Đại Hiệp
P.3

Tombe La Neige
Tuyết Rơi P.2

Tombe La Neige
Tuyết Rơi P.3

Waves of the Danube
P.2

Wave Of The Danube
P.3

Liên lạc Tác giả
Nhạc sĩ Linh Phương
linhphuongpianist@gmail.com

Liên lạc Nhà xuất bản
Nhân Ảnh
han.le3359@gmail.com
(408) 722-5626

www.ingramcontent.com/pod-product-compliance
Lightning Source LLC
Chambersburg PA
CBHW080458240426
43673CB00005B/229